DEDICATED TO MY
BEAUTIFUL FAMILY AND FRIENDS

English: "Hello! My name is Linh. I live in Vietnam, a beautiful country full of wonders. Let's explore some magical places together!"

Let's Practice saying "Explore" in Vietnamese!
Khám phá [kham pah]

Vietnamese: "Xin chào! Tên tôi là Linh. Tôi sống ở Việt Nam, một đất nước tuyệt đẹp đầy kỳ quan. Hãy cùng nhau khám phá một số nơi thần tiên!"

Hãy cùng Luyện nói "Khám phá" bằng tiếng Anh nhé!
Explore [eks-plohr]

SCAN TO
LISTEN ALONG

English: "Today, we're visiting a popular street food stall. Here, we can taste Phở, a delicious noodle soup that everyone loves!"

Let's Practice saying "Phở" in Vietnamese!
Phở [fuh]

Vietnamese: "Hôm nay, chúng ta sẽ thăm một quầy đồ ăn đường phố phổ biến. Tại đây, chúng ta có thể thưởng thức Phở, một món súp mì ngon mà mọi người đều yêu thích!"

Hãy cùng Luyện nói "Noodle Soup" bằng tiếng Anh nhé!
Noodle Soup [nood-l soop]

SCAN TO

LISTEN ALONG

English: "Next stop, a tiny bakery! Bánh mì is a tasty sandwich with crispy bread and fresh ingredients. It's perfect for lunch!"

Let's Practice saying "Bánh mì" in Vietnamese!
Bánh mì [bahn mee]

Vietnamese: "Trạm tiếp theo, một tiệm bánh nhỏ! Bánh mì là một loại bánh sandwich ngon với bánh mì giòn và nguyên liệu tươi mới. Thật hoàn hảo cho bữa trưa!"

Hãy cùng Luyện nói "Sandwich" bằng tiếng Anh nhé!
Sandwich [san-dwich]

SCAN TO

LISTEN ALONG

English: "Now we're at a riverside cafe. Let's try Gỏi cuốn, fresh spring rolls filled with greens, shrimp, and herbs. So refreshing!"

Let's Practice saying "Gỏi cuốn" in Vietnamese!
Gỏi cuốn [goy koon]

Vietnamese: "Bây giờ chúng ta đang ở một quán cà phê bên sông. Hãy thử Gỏi cuốn, những cuốn nem tươi ngon được làm từ rau, tôm và thảo mộc. Rất tươi mát!"

Hãy cùng Luyện nói "Spring Rolls" bằng tiếng Anh nhé!
Spring Rolls [spring rohls]

English: "Vietnam is famous for its coffee. Let's sit down and enjoy a glass of Cà phê sữa đá, iced coffee with sweetened condensed milk. Yummy!"

Let's Practice saying "Cà phê" in Vietnamese!
Cà phê [cah fe]

Vietnamese: "Việt Nam nổi tiếng với cà phê. Hãy ngồi xuống và thưởng thức một ly Cà phê sữa đá, cà phê đá với sữa đặc. Ngon quá!"
Hãy cùng Luyện nói "Coffee" bằng tiếng Anh nhé!
Coffee [kaw-fee]

SCAN TO

LISTEN ALONG

English: "For dinner, we're having Bún chả. It's grilled pork over noodles with herbs. This dish comes from Hanoi and is very flavorful!"

Let's Practice saying "Bún chả" in Vietnamese!
Bún chả [boon cha]

Vietnamese: "Bữa tối, chúng ta sẽ ăn Bún chả. Đó là thịt lợn nướng trên bún với rau thơm. Món ăn này có nguồn gốc từ Hà Nội và rất đậm đà!"

Hãy cùng Luyện nói "Grilled Pork Noodles" bằng tiếng Anh nhé!
Grilled Pork Noodles [grild pork noo-dls]

SCAN TO

LISTEN ALONG

English: "Look at this crispy treat! Bánh xèo is a savory pancake filled with shrimp, pork, and bean sprouts. Let's make one together!"

Let's Practice saying "Bánh xèo" in Vietnamese!
Bánh xèo [banh say-oh]

Vietnamese: "Nhìn món ăn giòn này! Bánh xèo là một loại bánh kếp mặn được nhồi với tôm, thịt lợn và giá. Hãy cùng nhau làm một cái!"

Hãy cùng Luyện nói "Savory Pancake" bằng tiếng Anh nhé!
Savory Pancake [sav-uh-ree pan-keik]

SCAN TO

LISTEN ALONG

English: "For dessert, we enjoy Chè, a sweet soup or pudding with many variations. My favorite is Chè with mung beans and coconut milk!"
Let's Practice saying "Chè" in Vietnamese!
Chè [chay]

Vietnamese: "Món tráng miệng, chúng ta thưởng thức Chè, một loại súp ngọt hoặc chè với nhiều biến thể. Món yêu thích của tôi là Chè với đậu xanh và sữa dừa!"

Hãy cùng Luyện nói "Sweet Soup" bằng tiếng Anh nhé!
Sweet Soup [sweet soop]

SCAN TO

LISTEN ALONG

English: "This colorful dish is Mì Quảng. It has rice noodles, shrimp, pork, and lots of herbs. It's a special meal from Central Vietnam!"

Let's Practice saying "Mì Quảng" in Vietnamese!
Mì Quảng [mee kwang]

Vietnamese: "Món ăn đầy màu sắc này là Mì Quảng. Nó có bún, tôm, thịt lợn và nhiều loại rau thơm. Đây là bữa ăn đặc biệt từ Miền Trung Việt Nam!"

Hãy cùng Luyện nói "Rice Noodles" bằng tiếng Anh nhé!
Rice Noodles [rice noo-dls]

SCAN TO

LISTEN ALONG

English: "We've had a wonderful food journey in Vietnam! I hope you enjoyed exploring these delicious dishes with me. Until next time, goodbye and thank you!"

Let's Practice saying "Goodbye" in Vietnamese!
Tạm biệt [tam byet]

Vietnamese: "Chúng ta đã có một hành trình ẩm thực tuyệt vời ở Việt Nam! Tôi hy vọng bạn đã thích khám phá những món ăn ngon này cùng tôi. Đến lần sau, tạm biệt và cảm ơn!"

Hãy cùng Luyện nói "Goodbye" bằng tiếng Anh nhé!
Goodbye [good-bye]

SCAN TO

LISTEN ALONG

LISTEN AND PRONOUNCE !

SCAN ME

LINH'S COLORING BOOK

Let's Color Vietnamese Food!

Let's Color: Phở!

Let's Color: Phở!

See it for real!

Let's Color: Cơm tấm!

See it for real!

Let's Color: Nộm hoa chuối!

Let's Color: Chè!

Let's Color: Bánh khoai mì!

Let's Color: Bún riêu!

Let's Color: Bánh xèo!

Let's Color: Chả giò!

Let's Color: Hủ tiếu:!

Let's Color: Chả giò!

Made in the USA
Las Vegas, NV
08 December 2024

13626718R00024